ഏക

Bodhi Books
Nedumpana PO, Kannanalloor
Kollam - 691576, Kerala, India
E-mail: bodhibooks03@gmail.com
Tel: +91 9447304886

EKA
By Bishmila P.T.
Poems / Malayalam

First Published: August, 2024

Typesetting: Bodhi Books
Cover & Book Design:
Chembarathi Creatives

ISBN: 978-81-19770-26-7

Price **Rs.150**
Production No. B-B-187-1-100-08-24

Printed and bound in India by
Repro Mumbai

ഏക

കവിതകൾ

ബിഷ്മില പി.ടി.

ബോധി ബുക്സ്
കൊല്ലം - 691 576

ബിഷ്മില പി.ടി.

കോഴിക്കോട് ജില്ലയിലെ തിരുവങ്ങൂരിൽ പുനത്തിൽ താഴെ പി.ടി. ബാലന്റെയും പുഷ്പലതയുടെയും മകൾ. തിരുവങ്ങൂർ ഹയർസെക്കന്ററിസ്ക്കൂൾ,തിരുവങ്ങൂർപാരലൽകോളേജിലും വിദ്യാഭ്യാസം. ചോമ്പാല ബി.ഇ.എം.യു.പി സ്കൂളിൽ പ്രീ-പ്രൈമറി അധ്യാപിക.

ഭർത്താവ്: ശൈലേഷ് കുമാർ (റിലയൻസ്)
മകൻ: അമൽ കൃഷ്ണ(വിദ്യാർത്ഥി)
വിലാസം: 'ആർഷ', മടപ്പള്ളി കോളേജ് പി.ഓ., വടകര,
കോഴിക്കോട് - 673102. Phone - 7907912301

പ്രസാധകക്കുറിപ്പ്

ആത്മാവിന്റെ വെളിപ്പെടുത്തലുകളായിത്തീരുന്ന കുറുങ്കവിതകളാണ് വായനക്കാരുടെ കൈകളിലിരിക്കുന്ന 'ഏക' യെന്ന പുസ്തകത്തെ ആകർഷകമാക്കുന്നത്. ബിഷ്മില പി.ടിയാണ് രചയിതാവ്. അവരുടെ ആദ്യപുസ്തകമാണ് ഇത്. പറഞ്ഞു നിർത്തിയതിനുമപ്പുറം പിന്നെയുമെന്തോ വായനക്കാരനോട് സംവദിക്കാനുണ്ടെന്ന മട്ടിലാണ് ഓരോ കവിതയും അവസാനിക്കുന്നത്. കവിയുടെ ഉൾവലിഞ്ഞ പ്രകൃതം രചനകളിൽ ഉടനീളം നിറഞ്ഞു നിൽക്കുമ്പോഴും, പ്രകടനപരതയില്ലാത്ത ആഖ്യാനം, ഭാഷാവിനിമയത്തിലെ നൈർമല്യം എന്നിവകൊണ്ട് ഓരോകവിതയും വേറിട്ട അനുഭവം പ്രദാനം ചെയ്യുന്നുണ്ട്.

എത്രതിരക്കിനിടയിലും വായിച്ചു പോകാവുന്ന ആർജ്ജവവും ആകർഷകത്വവും കൊണ്ട് അനുഗ്രഹീതമാണ് ഓരോ രചനയും. ചിന്തയിലും ആവിഷ്കാരത്തിലും മുൻമാതൃകകളെ പിന്തുടരാതെ ഏകയായി കവി സഞ്ചരിക്കുന്നു.

നിറഞ്ഞ മനസോടെ പ്രബുദ്ധ വായനാ സമൂഹം എഴുത്തുകാരിയെയും പുസ്തകത്തെയും സ്വീകരിക്കുമെന്ന് ഞങ്ങൾക്കുറപ്പുണ്ട്. ബോധി ബുക്സ് അഭിമാനത്തോടെ ഏകയെ കൈരളിക്കു സമർപ്പിക്കുന്നു.

ആമുഖം

മലയാളത്തിന്റെ പ്രശസ്ത കവി ഗിരീഷ് പുത്തഞ്ചേരിയുടെ വരികൾ എടുത്ത് കൊണ്ട് ഞാൻ തുടങ്ങട്ടെ:

വാതിൽ വലിച്ചടക്കട്ടെ
വാക്കുകൾ മുഴങ്ങട്ടെ
വരാമെന്ന വ്യർത്ഥതയുടെ
വ്യാമോഹം
ഉടയ്ക്കട്ടെ
ക്ഷമിക്കുക,
പൊറുക്കുക
പെറ്റൊരമ്മേ
എന്റെ കർമ്മ പന്ഥാവിലും
മൂർധാവിലും
നിൻ സൂര്യ സ്പർശം പതിക്കട്ടെ..

ആദ്യമേ പറയട്ടെ, ഞാൻ വലിയ എഴുത്തുകാരിയൊന്നുമല്ല. എന്റെ പൊട്ടത്തരങ്ങളുടെ ഒരു കൂട്ടമാണ് ഈ ചെറിയ പുസ്തകം. എഴുതാനുള്ള ആഗ്രഹമുണ്ടായിരുന്നു. ചുറ്റുപാടുകളെ നോക്കി, ഞാൻ അറിയുന്ന വ്യക്തികളിലൂടെ സഞ്ചരിച്ച്.. അങ്ങനെ, കുന്നിമണികൾ കൂട്ടി വച്ചതു പോലെ എഴുതിക്കൂട്ടിയ ഒരു കുഞ്ഞു കവിതാ സമാഹാരം.

പണ്ഡിതൻമാരെ സംബന്ധിച്ചിടത്തോളം ഇതൊരു പൊട്ടത്തരത്തിന്റെ മൺകൂന തന്നെയാവും. എന്നാലും, എന്നെ സംബന്ധിച്ചിടത്തോളം എന്റെ ആദ്യത്തെ കൺമണിയാണിത്. സവിനയം, ഞാനിത് നിങ്ങളുടെ മുന്നിൽ സമർപ്പിക്കുന്നു.

ഈ സ്വപ്ന സാക്ഷാത്ക്കാരത്തിന് കൂടെ നിന്ന് ആർജ്ജവത്തോടെ പിന്തുണച്ചത് എന്റെ കുടുംബമാണ്. ജീവന്റെ നല്ല പാതിയായ എന്റെ ഭർത്താവ്, മകൻ, ചേച്ചി, അച്ഛൻ, അമ്മ, അങ്ങനെ എല്ലാവരും... അവരോടുള്ള എന്റെ കടപ്പാട് വാക്കുകളേക്കാൾ അപ്പുറമാണ്.

അത് കേവലം നന്ദിയെന്ന രണ്ടക്ഷരത്തിൽ ഒതുക്കാൻ ആഗ്രഹിക്കുന്നില്ല. എങ്കിലും, ഓർക്കാതെ പോവുന്നത് ശരിയല്ലല്ലോ. അവരോട് എനിക്കുള്ള നന്ദിയും കടപ്പാടും സ്നേഹവും ഇവിടെ കുറിക്കുകയാണ്.

എന്നോടൊപ്പം നിന്ന എന്റെ കൂട്ടുകാർ, പരിചയക്കാർ.. എനിക്ക് മാർഗ്ഗ നിർദ്ദേശങ്ങൾ നൽകിയ ഗുരുക്കൻമാർ.. എല്ലാവരെയും ഓർമ്മിക്കുന്നു, ഈ നിമിഷം.

ഒപ്പം, മാതൃഭാഷ പഠിപ്പിച്ച അദ്ധ്യാപകരെയും മറക്കാനാവുന്നില്ല...

ഇത്രമാത്രം, ഇത്രമാത്രം..

ബിഷ്മില പി ടി

നോവ്

ഇന്നലെ മന്ദാരപ്പൂവിലെ
തേൻ നുകർന്ന്
ആത്മവിശ്വാസത്തിൽ
പിറവിയെടുത്ത,
സ്വപ്നങ്ങൾ
തിരുത്തി എഴുതിയ
ചിറകുകളാൽ പറന്നുയർന്ന
ചിത്രശലഭം
ഇന്നിതാ
ചിറകറ്റൊരു തേങ്ങലിൽ
കനലെരിയുന്ന
നോവുമായ്
ഭൂമിയുടെ മടിതട്ടിലേക്ക് വീഴുന്നു...

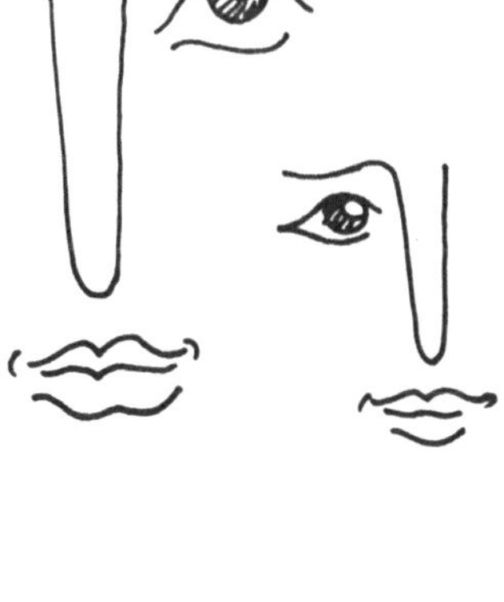

കണ്ണുനീർ

എത്ര തന്നെ
അടക്കിപ്പിടിച്ചാലും
ഒളിഞ്ഞു കിടക്കുന്ന
നോവിന്റെ അടയാളമായി
വന്നെത്തിനോക്കിപ്പോവുന്ന നിശബ്ദതയുടെ
ഒരിറ്റു നീർക്കണം...

ആഴം

ആശയങ്ങൾ
മൗനാക്ഷരങ്ങളായി
തുടങ്ങിയപ്പോഴാണ്
ഉള്ളം പൊള്ളിച്ച്
ആഴ്ന്നിറങ്ങിയ
നോവിന്റെ അർത്ഥം
തിരിച്ചറിഞ്ഞതും
ചേർത്തു നിർത്തിയ
നീറ്റലുകളുടെ ആഴം
മനസ്സിലായതും...

ഒറ്റയ്ക്ക്

മുന്നോട്ട് ഒറ്റയ്ക്ക്
എന്നതിരിച്ചറിവോടെ
പ്രതീക്ഷയുടെ ഉദയം തേടി
ജീവിതത്തിലേക്ക് ചേക്കേറുവാൻ
ദൂരങ്ങൾ താണ്ടി കൂട്ടം തെറ്റിപ്പോയ
ദേശാടനക്കിളി ചിറകടിച്ച് ഉയരുന്നു...

മരം പെയ്യുമ്പോൾ

മഴ പെയ്തു തോർന്നിട്ടും
നിശബ്ദതയുടെ സംഗീതമായ്
മരചില്ലകളിൽ മഴതുള്ളികൾ
തകർത്തു പെയ്യുമ്പോൾ
ചില്ലകൾ ഉലയ്ക്കാതെ വന്ന
കാറ്റിന് പോലും
സ്നേഹത്തിന്റെഗന്ധം...

തണൽ

പ്രതീക്ഷകൾ തന്നെയായിരുന്നു
എന്നും കൂട്ടായിരുന്നത്...
പെരുമഴയത്ത്
അറിയാതെ ഒഴുകിയ
കണ്ണുനീരിനും ഉണ്ടായിരുന്നു
നെഞ്ചിലെ നെരിപ്പോടിന്റെ ചൂട്...
അപ്പോഴും,
ചില തണലുകൾ പകർന്നു തന്നിരുന്ന കരുതലിന്
അസ്തമനമില്ലാത്ത സ്നേഹത്തിന്റെ
കുളിർമ്മയായിരുന്നു...
മരുഭൂവിലെ
തളിർപ്പുപ്പോലെ...

തോണി

ദിക്കും ദിശയും അറിയാതെ
സ്വപ്നങ്ങൾക്കൊപ്പം
യാത്ര ചെയ്യാനാവാതെ
നിശബ്ദ വേദനയാൽ
കടത്തുകാരനില്ലാതെ
കടവത്തൊരു തോണി...

കൃഷ്ണ

നീ ചാർത്തിയ
മയിൽപ്പീലി തിളക്കത്താൽ
കൃഷ്ണാ...
മനസ്സിൽ പിറക്കുന്നു
മഴവിൽ കിനാവുകൾ...
അത്രമേൽ ഉള്ളം ഉരുകുമ്പോഴും
നിൻ മിഴിയിൽ ഒളിച്ചു വച്ച പുഞ്ചിരിയിൽ
വന്നെത്തി നോക്കുന്ന ശൂന്യത
പൂവിതൾ പോൽ അടർന്നു വീഴുന്നു...

പൂവ്

എങ്ങും സൗരഭ്യം പരത്തി
വസന്തം വിരിയിക്കുന്നപൂക്കൾ
വാടി കൊഴിയുമെന്നറിഞ്ഞിട്ടും
ഒരിക്കൽ പോലും
വിരിയാതിരുന്നിട്ടില്ല...
നനുനനുത്ത ഓർമ്മകളിൽ
അടർന്നുവീണു കിടക്കുന്ന
വാടിയ ഒരു പൂവെങ്കിലുണ്ടാകും...

അപ്പൂപ്പൻ താടി

ഇരവുകൾക്കിടയിൽ
ദിക്കും, ദിശയും
അറിയാതെ
ചിറകറ്റൊരു
മൗനത്തിന്റെ
ചുവടു പറ്റി
പിറവി തേടിയുള്ള
യാത്രയിൽ ഒരു കൂട്ടം
അപ്പൂപ്പൻ താടികൾ...

സ്പർശം

മുറിയിൽ അകപ്പെട്ട്
ഒറ്റപ്പെട്ടുപോയ
പറവ എങ്ങനെ സന്തോഷിക്കും?
പുറത്തുകടക്കാൻ നടത്തിയ
അവസാന ശ്രമവും പരാജയപ്പെട്ട്
തളർന്ന്-
ഇരുൾ നിറഞ്ഞ മനസ്സുമായി
മുറിയിൽ-
പുറത്തെ പച്ചപ്പിനെ
ഓർത്തിരിക്കവെ...
ഒരു കുഞ്ഞു സ്പർശം
ചിറകിലേറ്റപ്പോൾ
കണ്ണുകളിൽ
പ്രതീക്ഷയുടെ
ഇത്തിരിവെട്ടം...
നൻമയുടെ
കുഞ്ഞു കൈകളാൽ
പറവയ്ക്ക്
തണലൊരുക്കി വെളിച്ചമേകിയപ്പോൾ...
കാറ്റിന്റെ ലാളനയും,
പൂക്കളുടെ പുഞ്ചിരിയും,
നിറഞ്ഞ തന്റെ
ലോകത്തിലേക്ക് പറവ പറന്നുയർന്നു...

തിരിച്ചറിവ്

ഭൂമിയിലെ
മനുഷ്യ ജൻമങ്ങൾക്ക്
ബാന്ധവം ഒരു ബാധ്യതയായി മാറുന്നു...

പൂമ്പാറ്റ

മഴവിൽ
നിറമുള്ളുടുപ്പണിഞ്ഞ്
പാദസരത്തിൽ കൊഞ്ചലിൽ
പൂവിൻ സുഗന്ധം നുകർന്ന്
കളിച്ച്, രസിച്ച്
ആത്മവിസ്മൃതിലാണ്ടു
നിൽക്കവേ
കിളികളോടും, മരങ്ങളോടും
കിന്നാരം ചൊല്ലി
ആകാശക്കാഴ്ചകളിൽ മതിമറന്ന്
കുഞ്ഞു മിഴികളിൽ
വിരിഞ്ഞ
ആകാംക്ഷയുമായങ്ങനെ
വർണ്ണ ചിറകുള്ള
പൂമ്പാറ്റ പോൽ പാറിപ്പറക്കവേ,
തിളങ്ങുന്ന മിഴികൾക്ക് മറവിലൊളിച്ച
ക്രൂരതയാർന്ന ചിരിയിലയാൾ
കുഞ്ഞിന് നേരെ നീട്ടിയ
വർണ്ണ കടലാസിലെ
മിഠായിയിൽ കുഞ്ഞുമിഴികൾ ഉടക്കവേ,
കണ്ടു അയാൾ
കുഞ്ഞു മുഖത്തെ ആകാംക്ഷയും
മധുരം നുണയാനുള്ള വെമ്പലും...
നേരമൊട്ടും കഴിയാതെ
അകന്നകന്നുപോയ്
അയാളുടെ
വിരൽ തുമ്പിൽ തൂങ്ങി നടന്നകന്ന കുഞ്ഞിന്റെ
പാദസരത്തിന്റെ കൊഞ്ചൽ...

വേനൽ

വേനലിന്റെ
തീവ്രതയിൽ
ഇതളുകൾക്ക്
താളവും, ശ്വാസവും നൽകി
ചില്ലകളുടെ ഗാഢബന്ധത്താൽ
വിരിഞ്ഞ ഗന്ധമേറിയ
അവസാന പൂവും
നോവിന്റെ
മൗനം പേറി
വീണുടഞ്ഞിതാ ഭൂമിയിൽ...

തേങ്ങൽ

ചുവപ്പിന്റെ
സുഗന്ധം ചാർത്തി
പൂത്തു നിൽക്കുന്ന
വാക മരത്തിന്റെ
ചില്ലകളിൽ നിന്നും
എരിഞ്ഞടങ്ങിയ
മൗനത്തിന്റെ
ചുവടു പിടിച്ച്
ചിറകറ്റൊരു പക്ഷിയുടെ
തേങ്ങലുകൾ ഉയരുന്നു...

ഒപ്പം

ഏറെ നാൾ ഒപ്പം നിന്ന്
പ്രിയപ്പെട്ടവരായിരുന്നവർ
കഴിഞ്ഞു പോയ മനോഹര നിമിഷങ്ങളുടെ
ഓർമ്മകൾ
അടർത്തിയെടുത്ത്
ആർത്തലയ്ക്കുന്ന
വിദ്വേഷത്തിന്റെ
കയ്പ്പുകൾ നമ്മളിൽ സമർപ്പിച്ച്
ഒരു ദിനം നമുക്ക്
ആരുമല്ലാതായിത്തീരുന്നു...

ക്ഷമ

നൻമയുടെ
നീർത്തടങ്ങളിൽ
വിരിയുന്ന
സ്നേഹത്തിന്റെ
മനോഹരമായ മുഖം...

കുപ്പിവളകൾ

ഉടലാഴങ്ങളിൽ
ഓർമ്മകളുടെ
നൂലിഴകളാൽ
തുന്നിചേർത്ത
ഗതകാല സ്മരണകൾ
കുപ്പിവളകളുടെ
മധുര ധ്വനികളാൽ
പുനർജ്ജനിക്കുന്നു...

ഞാനറിയുന്നു

ഞാനറിയുന്നു
കദന ചൂടിലും
ഓർമ്മകളുടെ സ്പർശനമേറ്റ്
മിഴികളിൽ തിളങ്ങുന്ന ചെറുവെട്ടത്തിനെ...
ഇന്നലെകളിലെ സ്വപ്നങ്ങളുടെ
ചില്ലയിൽ കൂടുകൂട്ടിയ-
ഹൃദയതാളം മുറിഞ്ഞു പോയ
പക്ഷിയുടെ ചിറകടിയൊച്ചയെ...
ഇരുളിലെ നിശബ്ദതയിൽ
ആടിയുലയുന്ന
ചില്ലകളിൽ
ചേക്കേറിയ
മൗനങ്ങളുടെ കാലടിയൊച്ചകളെ...

സ്ത്രീ

ഒരൊറ്റ നോട്ടം കൊണ്ട്
ഹൃദയത്തിന്റെ
ആഴത്തിൽ എത്തിച്ച്
കണ്ണ് കനലായി
മാറ്റുന്ന ചില സ്ത്രീകളുണ്ട്...
ആ ഉടലുകൾക്കുള്ള
കരുത്തിനെ നേരിടാൻ
ആണിന്റെ
അധികാരം പേറുന്ന
ഉടലിനാവില്ല...

സമയം

സമയത്തിന്റെ ഒഴുക്കിൽ
ചെറുവെട്ടത്തിനായി
പ്രതീക്ഷയോടെ
തുഴയുന്ന മനുഷ്യർ
പൊട്ടാറായ നൂലിൽ
കോർത്തിണക്കിയ
കൊഴിഞ്ഞു വീഴാറായ
ബന്ധങ്ങൾ
ആഗ്രഹങ്ങളും സ്വപ്നങ്ങളും
കുന്നുകൂടി
സന്തോഷത്തിന്റെ
വാതിൽ അടയ്ക്കപ്പെടുന്നു.
അപ്പോഴും സമയം
ഒരു പിടിയും തരാതെ
അതിന്റെ വഴിയ്ക്ക്
നീങ്ങി കൊണ്ടിരിക്കുന്നു...

വേഷം

ജീവിതം അത്ര
എളുപ്പമല്ല
എന്നറിഞ്ഞിട്ടും
വെറും വഴി യാത്രക്കാർ
മാത്രമായ നമ്മൾ
പല വേഷങ്ങളും
അണിയുന്നു...
മനോഹരമായ ജീവിതത്തെ
ചിലർ ആസ്വദിക്കുന്നു
പല ഭാവങ്ങൾ ഉള്ള വേഷങ്ങളിൽ
സന്തോഷവും കണ്ണീരിന്റെ
ഓർമ്മപ്പെടുത്തലുകളും
വാശികളും പരിഭവങ്ങളും
ചില മുഖങ്ങളിൽ
പുഞ്ചിരികളും കാണാം.
ലോകത്തെ ഓർമ്മ മാത്രമാക്കി
ഒടുവിൽ
എല്ലാം നിർജ്ജീവമാകുന്നു...

മഞ്ഞ്

മഞ്ഞ് വീണുകിടക്കുന്ന
മനസ്സിൽ ഓർമ്മകളുടെ
നേർത്ത നിശബ്ദമായ
സംഗീതം കേൾക്കാം
ചിലതെല്ലാം ബാക്കി വച്ചത് കൊണ്ടാവാം
മഞ്ഞുതുള്ളികളേറ്റ
ഓർമ്മകൾക്ക് ഇത്രയും ഭംഗി...

കറുപ്പ്

നിദ്ര മറന്ന രാവുകളിൽ
ഹൃദയത്തിലേക്ക്
ആഴ്ന്നിറങ്ങുന്ന
നോവിന്റെ ശൂന്യതയുണ്ട്
ആ ശൂന്യതയ്ക്കുമുണ്ട്
ഇരുളിന്റെ കറുപ്പുനിറം...

രാധ

ഒരിക്കലും
തിരിച്ചു കിട്ടില്ല
എന്നറിഞ്ഞിട്ടും
മറ്റെല്ലാം മറന്ന്
ഒരു ജൻമത്തിന്റെ
തീവ്ര സ്നേഹം
ഉൾപ്രവാഹമായി
ഒളിച്ചു വെച്ച
കാത്തിരിപ്പിന്റെ പേര്.

മോഹം

അത്രമേൽ മനസ്സിൽ
കൊരുത്തുവച്ച
മോഹങ്ങളൊക്കെയും
ആടിയുലഞ്ഞ്
പട്ടം കണക്കെ
പാറി പറക്കുന്നു...

അധ്യാപനം

മുന്നോട്ടുള്ള യാത്ര
കല്ലും, മുള്ളും നിറഞ്ഞ
വേദനയായിരുന്നു.
അതെല്ലാം എന്റെ
കിലുക്കാംപെട്ടികളുടെ
കുസൃതി നിറഞ്ഞ
കൊഞ്ചലുകളിൽ
അലിഞ്ഞില്ലാതെയായി
പൂവ് വിരിയുന്നത് പോലുള്ള
ആ കുഞ്ഞു മിഴികളിലെ
ആകാംക്ഷയും
കുരുന്നുകളുടെ ചുണ്ടിൽ
വിരിയുന്ന കളങ്കമില്ലാത്ത
പൂപ്പുഞ്ചിരിയും
അവർ പകർന്ന് തരുന്ന
സ്നേഹവും അനുഭവിച്ചറിയുമ്പോൾ
ഹൃദയത്തിൽ വാത്സല്യത്തിന്റെ
നിറവു മാത്രം..

മനസ്സ്

മനസ്സിലെ കനലുകൾ
എരിഞ്ഞടങ്ങാതെ
പുകഞ്ഞു
കൊണ്ടേയിരിക്കുന്നു...
മങ്ങിയ വെളിച്ചംപോലും
കാണാനാവാതെ,
എങ്ങും ഇരുട്ടു മാത്രം.
ചിന്തകൾക്ക് ഭാരം കൂടി
നിറം മങ്ങി വരുന്നതുപോലെ...
എവിടെയും സങ്കടങ്ങൾതീർത്ത വിങ്ങലുകൾ മാത്രം...
അതാവട്ടെ
മനസ്സിൽ തട്ടി
ഞെരിഞ്ഞമർന്നു
കൊണ്ടിരിക്കുന്നു.
ചിന്തകളുടെ മുറിപ്പാടുകൾക്ക്
ഒരു ശമനം ഉണ്ടായിരുന്നെങ്കിൽ...

ഇന്നലെ

ഇന്നലെ
തൊട്ടറിഞ്ഞ
ഇഷ്ടങ്ങളും
മോഹങ്ങളും
ഒരു ദിനം
മാഞ്ഞുപോവും
നമ്മൾ പോലുമറിയാതെ...

ഉദയം

നിശബ്ദതയുടെ
അകത്തളങ്ങളിൽ
ഒളിച്ചു വച്ച
സൂര്യകിരണങ്ങളുടെ
പൊൻപ്രഭയേറ്റ്
വശ്യതയാർന്ന
പുഴയുടെ ഓളങ്ങൾ
കുളിരണിയുന്നു

ഏക

മിഴികൾ കൂമ്പി,
ജനിമൃതികൾ താണ്ടി
ഏകയായ് കേഴുമ്പോൾ
നിസ്സഹായതയിൽ
മറച്ചുവച്ച ജീവൻ പിടയുന്ന
നോവുകൾ തീ മഴ പോലെ പെയ്തിറങ്ങുന്നു...

മയിൽപ്പീലി

സ്മൃതിയുടെ
ഇരുളടഞ്ഞ ഇടനാഴിയിൽ
ഉതിർന്നു വീണ
കണ്ണുനീർ തുള്ളികൾക്ക്
മുഖം കൊടുക്കാതെ
മിഴികൾ ഉടക്കിയത്
കനൽ തിളക്കത്തിന്റെ
കാന്തിയേടെ മറഞ്ഞുകിടന്ന,
മിഴികളിൽ മഴവില്ല് തീർക്കുന്ന
പൊൻമയിൽപ്പീലിയിലായിരുന്നു.

പക്ഷി

നനവാർന്ന മൗനം
തളരുന്ന
നെഞ്ചിൻ ചിറകിൽ
കൊരുത്തുവെച്ച്,
മിഴികളിലെ തിളക്കം
വിഷാദാഗ്നിയിൽ
എരിച്ചമർത്തി
കൂട്ടിലകപ്പെട്ട പക്ഷി നിസ്സഹായതയോടെ
അകലെ ചില്ലയിലെ അഭയവും കാത്തിരിക്കുന്നു...

നിലാവ്

രാവിന്റെ മറവിൽ
നൃത്തം ചെയ്യുന്ന
തരള നിലാവിന്റെ
ലാളനമേൽക്കുന്ന പൂവുകൾ
തിരയടിച്ചുയരുന്ന ചിന്തകളിൽ നിന്നും
ഉയർത്തെഴുന്നേറ്റ് ആത്മാവിൽ
പ്രകാശം നിറച്ച്
സ്വപ്നങ്ങൾ മെനഞ്ഞ്
തുടങ്ങുന്നു...

ശേഷിപ്പ്

മിഴികളാൽ എറിഞ്ഞു വീഴ്ത്തിയത്
ആകാശവീഥിയിലെ ചുവപ്പിനെ
പുഴയുടെ തുടിപ്പും, ഉള്ളവും അറിഞ്ഞ്
നീന്തിതുടിച്ച് മുകളിലേക്ക്
പറന്നുയരുന്ന പരൽ മീനുകൾക്കും
ആകാശവീഥിയിലെ അതേ
ചുവപ്പ് തന്നെയായിരുന്നു...

വീട്ടമ്മ

നിറമുള്ള സ്വപ്നങ്ങൾ
ചായക്കൂട്ടുകൾക്കിടയിലെവിടെയോ
ഒളിച്ചു വച്ച് ആഗ്രഹങ്ങൾ
മറ്റുള്ളവർക്ക് വേണ്ടി
പാതിവഴിയിൽ മറവ് ചെയ്ത്
കടമകളിൽ ചുരുങ്ങി പോയ വീട്ടമ്മമാർ.

ലഹരി

ഇരുളിലേക്ക് നടന്നടുത്ത്
ലഹരിയുടെ മുൾപ്പടർപ്പിലേക്ക്
പടർന്ന് കയറി
വലിഞ്ഞു മുറുകാൻ
വിധിക്കപ്പെട്ട യൗവനങ്ങൾ
അന്നം തന്ന് ഊട്ടിയവരുടെ
മിഴികളിൽ നിന്ന്
വാടി വീഴുന്ന
കണ്ണുനീരിനെയും,
പ്രതീക്ഷകളെയും
തകർത്തെറിഞ്ഞ് കൊണ്ട്
ലഹരിയുടെ തീജ്വാലയിൽ
അവർ വെന്തുരുകുന്നു...

ഭംഗി

നാം മറ്റൊരാളിൽ
മാത്രം കണ്ടെത്തുന്ന
ഒരു ഭംഗിയുണ്ട്...
നിറവും, അഴകും നോക്കാതെ
നമ്മളെ കേൾക്കുന്ന
ആ രൂപത്തിന്
നമ്മുടെ കാഴ്ച്ചയിൽ
മനോഹാരിത കൂടും...

ഇടം

പുതുമ നഷ്ടപ്പെട്ട്
അടർന്നു
വീഴാറാവുമ്പോൾ
മൃദുവായ കരുതലോടെ
താങ്ങി നിർത്തുന്ന ഇടങ്ങളുണ്ട്...
മനസ്സ് ഇടറിപ്പോവുന്ന
സമയങ്ങളിൽ
സാന്ത്വന സാന്നിധ്യമായി
മാറുന്ന ഇടങ്ങൾ...

അച്ഛൻ

തീവ്രസ്നേഹത്തിന്റെ സ്പർശം.
എന്നിലെ തമസ്സിന്റെ വെള്ളിവെളിച്ചം.
അമ്മ
എന്നെ തൊട്ടറിഞ്ഞ ജീവാത്മാവ്
സൗമ്യവും, ആർദ്രവുമായ
എന്റെ ജീവ മന്ത്രം...

കാഴ്ച

നോട്ടങ്ങൾ മാഞ്ഞുപോവാതെ
പ്രതീക്ഷയുടെ തീരത്തെ
ചെറുവെട്ടമാവുന്നതാവണം
കാഴ്ച

സന്ധ്യ

നിശബ്ദമായി കൊഴിഞ്ഞുവീഴുന്ന
സന്ധ്യയിൽ
കൂടണയാനായ്
കുന്നിൻ ചെരുവിലെ പുമരകൊമ്പിൽ
പുന്നാരം ചൊല്ലി
പഞ്ചവർണ്ണക്കിളിക്കൂട്ടങ്ങൾ...

നേരം

ചില നേരങ്ങളിൽ
അകലെ നിന്നും
ചാറി വരുന്ന
ചാറ്റൽ മഴ
തളരുന്ന നെഞ്ചിൻ കൂട്ടിലെ
തീനാളങ്ങളെ
അണച്ചു കളയുന്നു...

മഴത്തുള്ളികൾ

വന്നു വീണ്ടും മഴത്തുള്ളികൾ
മുറ്റത്തെ ഇലകളിൽ
പൂക്കളിൽ
പിന്നെയെൻ മനസ്സിലും...
കാത്തിരിപ്പിനൊടുവിൽ
കേൾക്കാനാവുന്നു
കൈക്കുമ്പിളിൽ കോരിയെടുക്കാവുന്ന
ഹൃദയം തണുപ്പിക്കുന്ന
മഴതുള്ളികളുടെ
സംഗീതം...

ഗുരു

അകതാരിലെ തമസ്സകറ്റി
അറിവ് നിറച്ചാർത്തായി
പകരുന്ന
ഗുരുവെന്ന രണ്ടക്ഷരം...
ഹൃത്തിൽ നീഹാരമായ നൈർമല്യത്തോടെ
വിദ്യയുടെ തൂവെളിച്ചം
പകർന്ന് തന്നിരുന്ന
ഗുരു...
താതന്റെ സ്നേഹവും,
അമ്മയുടെ വാൽസല്യവും
ഗുരുവിന്റെ അറിവെന്ന
പ്രകാശത്തെയും നമിച്ചിടുന്നു...

സായാഹ്നം

ഒരു സായാഹ്നം
ഇവിടെ തീരുന്നു.
ഇരുളിൽ നിറം
പകർന്നാടിയ വഴിയിൽ
ഒരു വരയുടെ
അപ്പുറവും ഇപ്പുറവും
നീയും ഞാനും...
നീ എനിക്കായി നീക്കിവച്ച
നിമിഷത്തിന്
വല്ലാത്തൊരു
അഴകായിരുന്നു...
എന്റെ മൗനത്തിന് പിന്നിലെ
വിവശതയറിഞ്ഞ്,
എന്നെ
നിശബ്ദനായി
നീ
കേട്ടിരുന്നു...
എന്നിലെ പുഞ്ചിരിയ്ക്ക്
പിന്നിലെ ശൂന്യതയെ
മുകമായി നീ കണ്ടറിഞ്ഞു...

മറവി

ഒരു മറവിയ്ക്കും
വിട്ടുകൊടുക്കാതെ
ആഴമേറിയ സ്നേഹം
വാക്കുകളിലൂടെ
പകർത്താനാവാത്ത
നിശബ്ദയുടെ അടയാളമായി ഓർമ്മയിൽ
എന്നും നിലനിൽക്കും...

ജീവിതം

ഒറ്റപ്പെട്ട നിമിഷങ്ങളുടെ
നിശബ്ദമായ ഘോഷയാത്ര

നേര്

ഒരു മൊഴിയുടെ
വേദനയിൽ
നീ കണ്ടെത്തുന്ന
മൗനം...
നൊമ്പരങ്ങൾക്കൊപ്പം
അതെന്നെ
വല്ലാതെ ഉലയ്ക്കുന്നു...
ഞാൻ വേനലിൽ
ആണെന്നറിഞ്ഞിട്ടും
ഒന്നുമറിയാത്തതു പോലുള്ള
നിന്റെ ആ നിൽപ്പ്
അതെന്നെ
കൽത്തുറുങ്കിൽ അടയ്ക്കുന്നു...

നീ

വരികളിലെല്ലാം നിറഞ്ഞ് നിന്നത്
ഞാൻപോലും അറിയാത്ത
നീ എന്ന സ്നേഹത്തിന്റെ
കുളിർമ്മയായിരുന്നു...
പ്രതീക്ഷകൾ നാമ്പിടുന്ന
ആത്മാവോളം തണുപ്പുള്ള
സ്നേഹത്തിന്റെ കുളിർമ്മ...

തൊട്ടാവാടി

മഴവിൽ വർണ്ണങ്ങളാൽ
നെയ്തെടുത്ത
ആകാശക്കാഴ്ചകൾ
ആസ്വദിച്ച്,
കാറ്റിന്റെ ലാളനയും
മഞ്ഞിന്റെ നൈർമല്യവും
നുകർന്ന്,
കിനാക്കൾ
മെനഞ്ഞെടുത്ത്
ഉല്ലസിച്ച് നിൽക്കുന്ന
തൊട്ടാവാടി...
കുഞ്ഞു സ്പർശനമേറ്റ
ആവലാതിയിൽ
വാടിത്തളർന്ന്
കാഴ്ച്ചകൾ മൂടി
ഉൾവലിഞ്ഞ് നിൽക്കുന്നു...

മൗനം

മൗനം...
അതൊരു ഭാഷയാണ്
മനോഹരവും
ശക്തവുമായ ഭാഷ
മൗനത്തിനുമുണ്ട്
ചില കാര്യങ്ങൾ
പറയാൻ
നൊമ്പരങ്ങളെ പറ്റി
അടക്കിപ്പിടിച്ച
നിശബ്ദമായ
പ്രണയത്തെ പറ്റി
ഒന്നും പറയാതെ തന്നെ
ഒരു പാട്
കാര്യങ്ങൾ പറയുന്ന
നോട്ടങ്ങളിലൂടെ
മാത്രം സംസാരിക്കുന്ന
നമ്മൾക്കിടയിൽ
ഒരിക്കൽപ്പോലും
പെയ്യാത്ത
എപ്പൊഴെങ്കിലും
തകർത്ത് പെയ്യുമെന്ന്
തോന്നിപ്പിക്കുന്ന
കൊതിപ്പിക്കുന്ന
മഴയെ പറ്റി
അങ്ങനെ ഒരാുപാട്
ഒരു പാട്...

പടിയിറക്കം

വഴിതെറ്റി വന്ന്
ഒരേ ചില്ലയിൽ
ചേക്കേറിയവർ
നിന്റെ മിഴിയിലെ
തിളക്കവും
ഹൃദയതാളവും
ഞാൻ അറിഞ്ഞിട്ടും
അത് എന്നിലേക്ക്
ഒപ്പിയെടുക്കാൻ
എനിക്ക് കഴിഞ്ഞില്ല.
എന്നിലെ
മൗന നൊമ്പരങ്ങളും
മിഴിയിലെ കനലാഴങ്ങളുടെ
നിസ്സഹായതയും
അത് അറിഞ്ഞിട്ടും
പിന്നെന്തിനീ
പടിയിറക്കം...

പുഴ

ഉള്ളിൽ തേങ്ങലുകളുടെ
അലകൾ
ഉയരുന്നുണ്ടെങ്കിലും
തന്റെ നിശബ്ദതയെയും,
വിങ്ങലുകളെയും മാറിലൊതുക്കി
മനോഹരിയായ പുഴ
ആരോടുംപരിഭവമില്ലാതെ
നിറഞ്ഞ ശാന്തതയോടെ
ഒഴുകിക്കൊണ്ടിരിക്കുന്നു...

പരിഗണന

മനസ്സുകൊണ്ട് പരിഗണന ലഭിക്കുന്നിടത്ത്
സ്നേഹത്തിന്റെ
പൂക്കൾ വിരിയുന്നു.
ബാധ്യതയാവാതെ നിർമലമായ
സ്നേഹത്തിന്റെ സുഗന്ധവും, തിളക്കവും
അവിടെ ആസ്വദിക്കാൻ കഴിയുന്നു...

തിരികെ

വേനൽ നാളങ്ങൾ
ഉരുകി വീഴുന്ന
വരണ്ട ഒറ്റയടി പാതയിലൂടെ
പരിഹാസങ്ങളുടെ
നോവുമായി
മുന്നോട്ടു നീങ്ങുമ്പോൾ
ക്ഷമയുടെ
ചുടുകണ്ണുനീർകൊണ്ട്
ഒരുക്കിയ
പ്രാണന്റെ വീഥിയിലേക്ക്
തണലുറവകൾ
തിരികെ വരും
കാലം കാത്തിരിയ്ക്കുന്നു...

പാരിജാതം

ഇനിയൊരു
പാരിജാതമാവണം,
പൂത്തു വിരിഞ്ഞ് നിൽക്കുന്ന
പാരിജാതം...
പഞ്ചവർണ്ണ ചിറകുള്ള
പൂമ്പാറ്റകൾ
മലർ തേടി
മധുവുണ്ട്
ചുറ്റിലും
പാറിപ്പാറി
പറക്കണം...

പുഞ്ചിരി

സ്നേഹത്തിന്
ജീവൻ നൽകുന്നത്
പുഞ്ചിരിയാണ്...
മൃദുലമായ
സംഗീതം പോലെ
പുഞ്ചിരി നമ്മളിലേയ്ക്ക്
കടന്നുവന്ന്
അകവും, പുറവും
നിറയ്ക്കുന്നു...
വിരഹങ്ങളുടെ
തീ നാളങ്ങൾ ഏറ്റ നെഞ്ചകത്തിലേയ്ക്ക്
ഒരു ചാറ്റൽ മഴ പൊലെ
പുഞ്ചിരി
പെയ്തിറങ്ങുന്നു...
തെളിഞ്ഞ മനസ്സോടെ
ഉള്ളം നിറഞ്ഞ്
മറ്റുള്ളവർക്ക് നൽകാൻ കഴിയുന്ന
സ്നേഹമാണ് പുഞ്ചിരി...

ഇലഞ്ഞിപ്പൂക്കൾ

ഇലഞ്ഞിപ്പൂക്കളുടെ
സുഗന്ധത്താൽ
ഇരുളിലെ
നിശബ്ദതയിലെവിടെയോ
മറഞ്ഞു കിടന്ന
നിലാവ്
ഭൂമിയെ
തൊട്ടു തലോടി
വീണു കിടക്കുന്ന
പൂക്കളുടെ ഗന്ധം
ചേർന്നലിഞ്ഞ
മണ്ണിന്റെ മാറിലേക്ക്
നിശ്വാസമായി
പെയ്തിറങ്ങുന്നു...

ചെമ്പരത്തി

ഉള്ളിലിരമ്പുന്ന നിരാശയും
ചെയ്തിറങ്ങുന്ന
ഓർമ്മകളുമായി
നനവാർന്ന
പടർപ്പിലൂടെ
ഒഴുകി നീങ്ങുന്ന
ചെമ്പരത്തി
നിരാശയുടെ
മൂടുപടം നീക്കി
ഇലചാർത്തുകൾക്കിടയിലൂടെ
കൺചിമ്മി
നോക്കുന്ന
താരകത്തിന്റെ
പ്രഭയിൽ
മുങ്ങി നിൽക്കുന്നു...